Impressum
Verlag: BABADADA GmbH, Nedderfeld 112 , 22529 Hamburg
Geschäftsführer / Verlagsleitung: Harald Hof
Druck: Books on Demand GmbH, In de Tarpen 42, 22848 Norderstedt

Imprint
Publisher: BABADADA GmbH, Nedderfeld 112 , 22529 Hamburg, Germany
Managing Director / Publishing direction: Harald Hof
Print: Books on Demand GmbH, In de Tarpen 42, 22848 Norderstedt, Germany

பாடசாலை

okul

பள்ளிக்கூட
அறை
sınıf
பிரித்தல்
böl
186/2
பலகை
tahta
ஆசிரியர்
öğretmen
பள்ளி முற்றம்
okul bahçesi
காகிதம்
kağıt
எழுது
yazmak
kalem
masa
cetvel
புத்தகம்
kitap
மாணவர்
öğrenci

சட்சலெ்

okul çantası

பனெ்சில் டப்பா

kalemlik

பனெ்சில்

kurşun kalem

பனெ்சில் ஷாரப்ன்ர்

kalem açacağı

ரப்பர்

silgi

படங்கள் அட்டவணை

görsel sözlük

வரையும் அட்டை

çizim defteri

வரைதல்

çizim

வண்ணத் தூரிகை

resim fırçası

சாயப் பெட்டி

boya kutusu

கத்தரிக்கோல்

makas

பசை

tutkal

பயிற்சிப் புத்தகம்

alıştırma kitabı

வீட்டுப் பாடம்

ödev

எண்

sayı

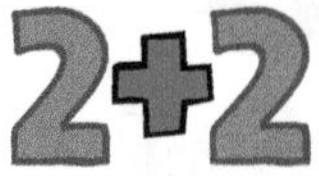

கூட்டல்

ekle

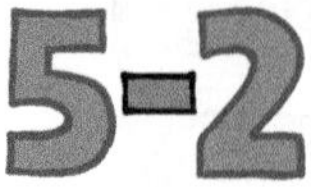

கழித்தல்

çıkar

பெருக்கல்

çarp

கணக்கிடு

hesapla

கடிதம்

harf

அரிச்சுவடி

alfabe

வார்த்தை

kelime

உரை

metin

வாசி

okumak

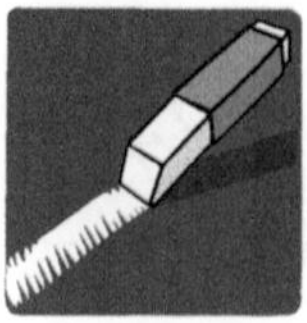

சாக்பீஸ்

tebeşir

பாடம்

ders

பதிவேடு

kayıt

தேர்வு

sınav

சான்றிதழ்

sertifika

பள்ளி சீருடை

okul forması

கல்வி

eğitim

என்சைக்ளோபீடியா

ansiklopedi

பல்கலைக்கழகம்

üniversite

நுண்ணோக்கி

mikroskop

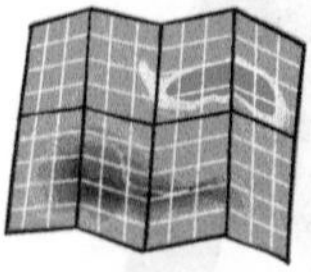

வரைபடம்

harita

குப்பைத் தொட்டி

kağıt çöp kutusu

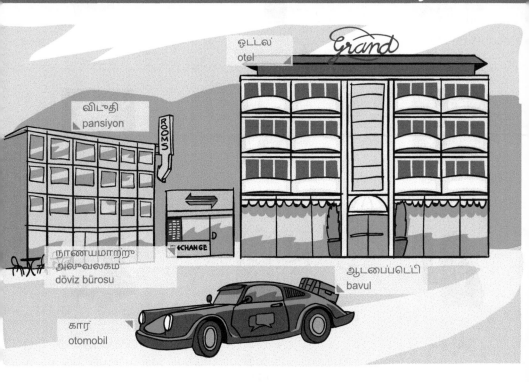

பயணம்

seyahat

ஒட்டல்
otel
விடுதி
pansiyon
நாணயமாற்று அலுவலகம்
döviz bürosu
ஆடைப்பெட்டி
bavul
கார்
otomobil

மொழி

dil

ஆம் / இல்லை

evet / hayır

சரி

Tamam

ஹலோ

merhaba

மொழிபெயர்ப்பாளர்

çevirmen

நன்றி

Teşekkür ederim

… எவ்வளவு?

bu … ne kadar?

எனக்குப் புரியவில்லை

anlamadım

பிரச்சனை

problem

நல்லதொரு மாலை வேளையாகட்டும்!

İyi akşamlar!

காலை வணக்கம்!

Günaydın!

இரவு வணக்கம்!

İyi geceler!

டாட்டா

güle güle

திசையில்

yön

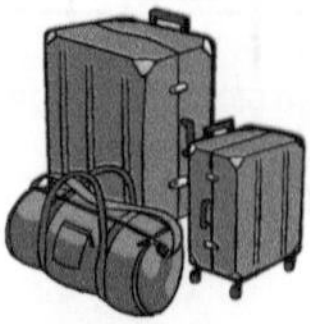

சாமான்களை

bagaj

பை

çanta

பை

sırt çantası

விருந்தினர்

misafir

அறை

oda

தூக்க பை

uyku tulumu

கூடாரம்

çadır

சுற்றுலா தகவல்

turist danışma

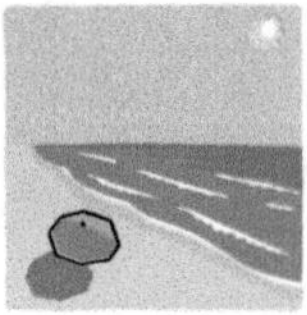

கரையோரம்

sahil

கடன் அட்டை

kredi kartı

காலையுணவு

kahvaltı

பகலுணவு

öğle yemeği

இரவுணவு

akşam yemeği

டிக்கெட்

Bilet

லிப்ட்

asansör

முத்திரை

pul

எல்லை

sınır

சுங்கத் துறையினர்

gümrük

தூதரகம்

elçilik

விசா

vize

கடவுச்சீட்டு

pasaport

போக்குவரத்து
ulaşım

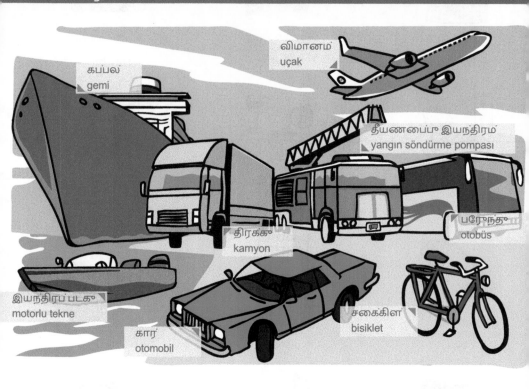

விமானம்
uçak

கப்பல்
gemi

தீயணைப்பு இயந்திரம்
yangın söndürme pompası

பேருந்து
otobüs

திரக்கு
kamyon

இயந்திரப் படகு
motorlu tekne

சைக்கிள்
bisiklet

கார்
otomobil

பாதைப் படகு

feribot

படகு

bot

மோட்டார் சைக்கிள்

motosiklet

போலீஸ் கார்

polis arabası

பந்தயக் கார்

yarış arabası

வாடகைக் கார்

kiralık araba

கார் பகிர்வு

ortak araba

இழுவைத் திரக்கு

çekici

குப்பை வண்டி

çöp kamyonu

மோட்டார்

motor

எரிபொருள்

yakıt

பெட்ரோல் ஸ்டேஷன்

benzinlik

போக்குவரத்து அடையாளம்

trafik işareti

போக்குவரத்து

trafik

போக்குவரத்து நெரிசல்

trafik sıkışıklığı

தரிப்பிடம்

otopark

ரயில் நிலையம்

tren istasyonu

தடங்கள்

ray

தொடருந்து

tren

டிராம்

tramvay

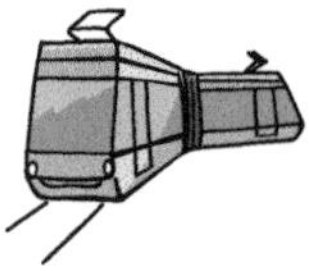

மூடுவண்டி

vagon

ஹெலிகாப்டர்
helikopter

விமான நிலையம்
havaalanı

கோபுரம்
kule

பயணிகள்
yolcu

கொள்கலன்
konteyner

அட்டைப்பெட்டி
koli

வண்டி
yük arabası

கூடை
sepet

தரையேற்றம்/தரையிறக்கம்
kalkış / iniş

நகரம்
şehir

கிராமம்
köy

மால்
şehir merkezi

வீடு
ev

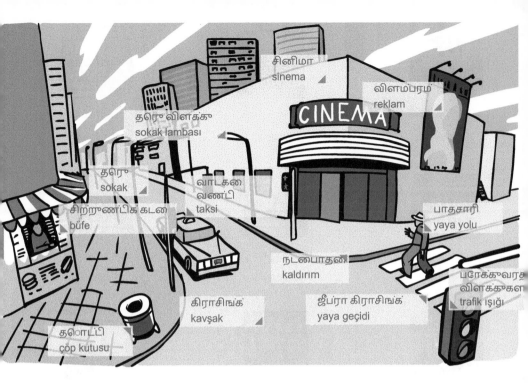

சினிமா
sinema

விளம்பரம்
reklam

தெரு விளக்கு
sokak lambası

தெரு
sokak

வாடகை
வண்டி
taksi

சிற்றுண்டிக் கடை
büfe

பாதசாரி
yaya yolu

நடைபாதை
kaldırım

பேரோக்குவரத
விளக்குகள
trafik ışığı

கிராசிங்க்
kavşak

ஜீப்ரா கிராசிங்க்
yaya geçidi

தொட்டி
çöp kutusu

குடிசை
kulübe

பிளாட்
apartman dairesi

ரயில் நிலையம்
tren istasyonu

டவுன் ஹால்
belediye binası

அருங்காட்சியகம்
müze

பாடசாலை
okul

பல்கலைக்கழகம்
üniversite

வங்கி
banka

மருத்துவமனை
hastane

ஓட்டல்
otel

மருந்துக் கடை
eczane

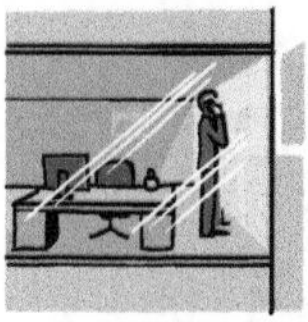

அலுவலகம்
ofis

புத்தகக் கடை
kitapçı

கடை
mağaza

பூக்கடை
çiçekçi

சூப்பர் மார்கட்

süpermarket

சந்தை
market

டிபார்ட்மென்ட் ஸ்டோர்

büyük mağaza

மீன்பிடி
தொழிலாளர்கள்

balık satıcısı

பல்கடை அங்காடி

alışveriş merkezi

துறைமுகம்
liman

பூங்கா

park

பென்ச்

bank

பாலம்

köprü

மாடிப்படி

merdiven

அண்டர் கிரவுண்ட்

metro

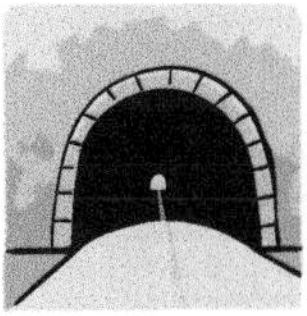

சுரங்கப்பாதை

tünel

பேருந்து நிறுத்தம்

otobüs durağı

பார்

bar

உணவகம்

restoran

அஞ்சற்பெட்டி

posta kutusu

தெரு அடையாளம்

sokak tabelası

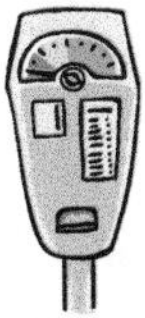

தரிப்பு அளவி

otopark sayacı

விலங்குக் காட்சிச்சாலை

hayvanat bahçesi

நீச்சல் குளம்

yüzme havuzu

மசூதி

cami

பண்ணை

çiftlik

மாசு

kirlilik

இடுகாடு

mezarlık

தேவாலயம்

kilise

விளையாட்டு
மைதானம்

oyun alanı

கோவில்

tapınak

தரைத்தோற்றம்
arazi

இலை
yaprak

திசை காட்டி
yön tabelası

வழி
yol

புல் தரை
çayır

கல்
taş

மரம்
ağaç

ஹைகைகர்
yürüyüşçü

ஆறு
ırmak

புல்
çimen

பூ
çiçek

பள்ளத்தாக்கு

vadi

மலை

tepe

ஏரி

göl

காடு

orman

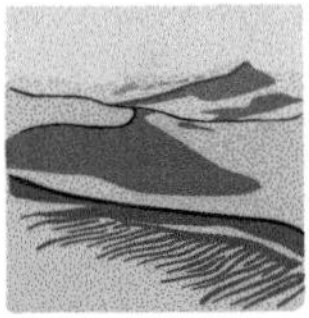

பாலைவனம்

çöl

எரிமலை

volkan

கோட்டை

kale

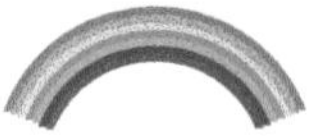

வானவில்

gökkuşağı

காளான்

mantar

பனை மரம்

palmiye

கொசு

sivrisinek

ஈ

sinek

எறும்பு

karınca

தேனீ

arı

சிலந்தி

örümcek

வண்டு

böcek

தவளை

kurbağa

அணில்

sincap

ஹெட்ஜ் ஹாக்

kirpi

முயல்

yabani tavşan

ஆந்தை

baykuş

பறவை

kuş

அன்னம்

kuğu

பன்றி

yaban domuzu

மான்

geyik

கடமான்

geyik

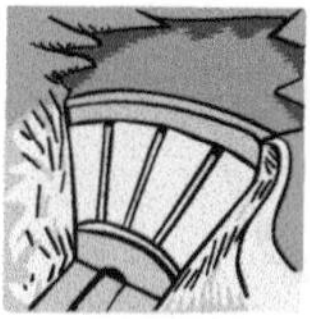

அணை

baraj

காற்றாலை விசையாழி

rüzgar türbini

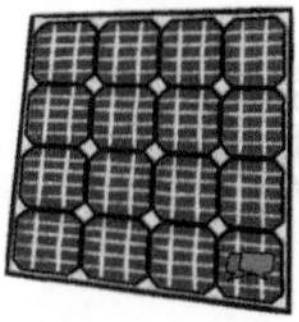

சூரிய தகடு

güneş paneli

வானிலை

iklim

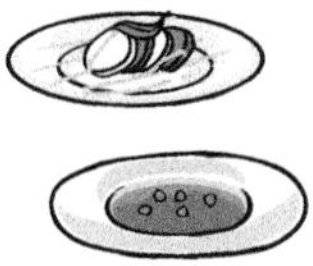

வெயிட்டர்
garson
பொருட்பட்டியல்
menü
நாற்காலி
sandalye
சூப்
çorba
பீசா
pizza
மேசை விரிப்பு
masa örtüsü
கிட்சன் சாமான்
çatal - bıçak

ஸ்டார்டர்

başlangıç

பிரதான உணவு

ana yemek

இனிப்பு

tatlı

பானங்கள்

içecekler

உணவு

yemek

பாட்டில்

şişe

ஃபாஸ்ட் ஃபுட்

fastfood

சாலையோர உணவு

sokak yemeği

தேநீர்க் குடம்

çaydanlık

சர்க்கரை பெட்டி

şekerlik

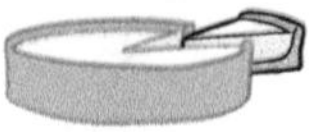

பகுதி

porsiyon

எஸ்பிரசோவின் இயந்திரம்

espresso makinesi

உயர் நாற்காலி

mama sandalyesi

ரசீது

fatura

டிரே

tepsi

கத்தி

bıçak

முட்கரண்டி

çatal

கரண்டி

kaşık

தேக்கரண்டி

çay kaşığı

துடைப்பான்

servis peçetesi

கண்ணாடிக் குவளை

bardak

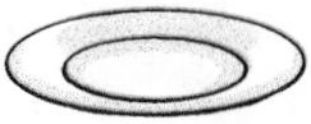

தட்டு

tabak

சூப் தட்டு

çorba kasesi

சிறு தட்டு

fincan altlığı

சுவைச்சாறு

sos

உப்பு குலுக்கி

tuzluk

மிளகு ஆலை

karabiber değirmeni

வினீகர்

sirke

எண்ணெய்

yağ

மசாலா பொருட்கள்

baharat

கெச்சப்

ketçap

கடுகு

hardal

மயொனீஸ்

mayonez

சூப்பர் மார்கட்

süpermarket

சிறப்புச் சலுகை
özel teklif
வாடிக்கையாளர்
müşteri
பால்
süt ürünleri
பழவகை
meyve
தள்ளுவண்டி
alışveriş arabası

இறைச்சிக் கடை

kasap

பேக்கரி

fırın

எடை

tartmak

காய்கறிகள்

sebze

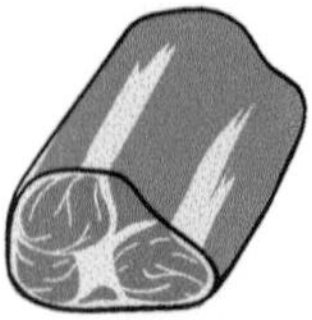

இறைச்சி

et

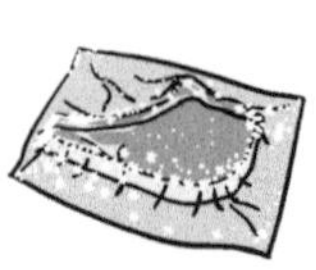

பதப்படுத்தப்பட்ட உணவு

donmuş gıda

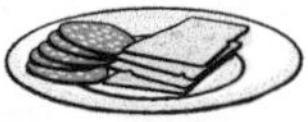

கூளிர்ந்த இறைச்சி

söğüş et

டின்னில் பகே் சயெ்த உணவு

konserve yiyecek

சலவைத் தூள்

toz deterjan

இனிப்பூப் பண்டங்கள்

şekerlemeler

வீட்டுப் பாவனைப் பொருட்கள்

ev temizlik ürünleri

தூப்பூரவூ பொருட்கள்

temizlik ürünleri

விற்பனையாளர்

satış görevlisi

காசு மூட்டி

yazar kasa

கஷேியர்

kasiyer

ஷாப்பிங் பட்டியல்

alışveriş listesi

தொடக்க நரேம்

açılış saatleri

பணப்பை

cüzdan

கடன் அட்டை

kredi kartı

பை

çanta

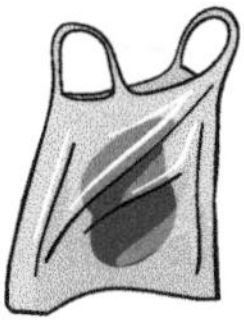

நகெிழிப் பை

plastik poşet

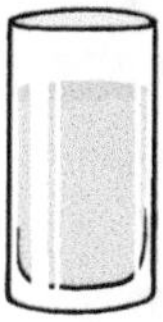

நீர்

su

பழச்சாறு

meyve suyu

பால்

süt

கோக்

kola

வனை

şarap

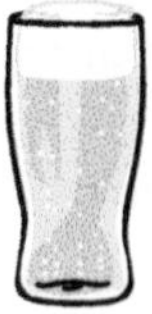

பீர்

bira

மது

alkol

கொக்கோ

kakao

தநீர்

çay

காபி

kahve

எஸ்பிரசோ

espresso

காப்புசினோ

kapuçino

வாழைப் பழம்

muz

ஆப்பிள்

elma

ஆரஞ்சு

portakal

தர்பூசணி

kavun

எலுமிச்சை

limon

கரேட்

havuç

பூண்டு

sarımsak

மூங்கில்

bambu

வெங்காயம்

soğan

காளான்

mantar

பருப்பு வகைகள்

çerez

நூடுல்ஸ்

makarna

ஸ்பகெட்டி

spagetti

அரிசி

pirinç

சாலட்

salata

சிப்ஸ்

cips

பொரித்த
உருளைக்கிழங்கு

patates kızartması

பீசா

pizza

ஹாம்பர்கர்

hamburger

சான்ட்விட்ச்

sandviç

கட்லெட்

şinitzel

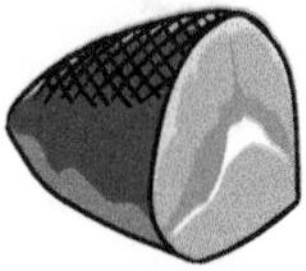

ஹாம்

pastırma

சலாமி

salam

சாசஜே

sosis

சிக்கன்

tavuk

வறுத்தது

rosto

மீன்

balık

ஓட்ஸ் கஞ்சி

yulaf ezmesi

மூஸ்லி

müsli

கார்ன் ஃபிளேக்ஸ்

mısır gevreği

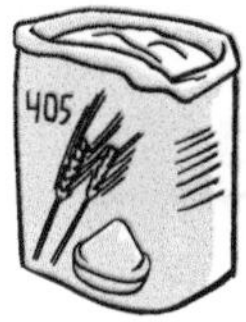

மாவு

un

கிராய்சன்ட்

kruvasan

பிரட் ரோல்

küçük ekmek

பிரட்

ekmek

டோஸ்ட்

tost

பிஸ்கட்கள்

bisküvi

வெண்ணெய்

tereyağı

தயிர்

kaymak

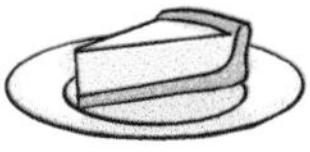

கேக்

kek

முட்டை

yumurta

வறுத்த முட்டை

sahanda yumurta

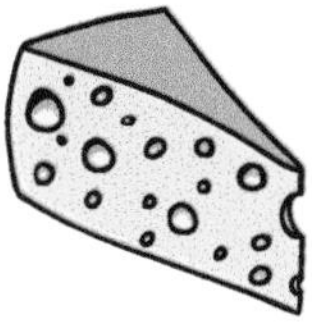

சீஸ்

peynir

ஐஸ் கிரீம்

dondurma

சர்க்கரை

şeker

தேன்

bal

ஜாம்

reçel

சாக்லேட் ஸ்பிரட்

fındık ezmesi

குழம்பு

köri

பண்ணை

çiftlik

விலங்குக் கொட்டில்
tahıl ambarı
வைக்கோற் போர்
sap toplama makinesi
வயல்
tarla
குதிரை
at
இழுதட்டு
römork
குதிரைக் குட்டி
tay
இழுவை
வண்டி
traktör
கழுதை
eşek
செம்மறி
koyun
ஆட்டுக்குட்டி
kuzu

ஆடு

keçi

பசு

inek

கன்றுக் குட்டி

buzağı

பன்றி

domuz

பன்றிக்குட்டி

domuz yavrusu

காளை

boğa

வாத்து

kaz

வாத்து

ördek

கோழிக்குஞ்சு

civciv

கோழி

tavuk

சேவற் குஞ்சு

horoz

எலி

sıçan

பூனை

kedi

சுண்டலெலி

fare

மாடு

öküz

நாய்

köpek

நாய்க்கூடு

köpek kulübesi

தோட்ட நீர்க்குழாய்

bahçe hortumu

நீர்ப்பாசனக் குவளை

sulama kabı

அரிவாள்

tırpan

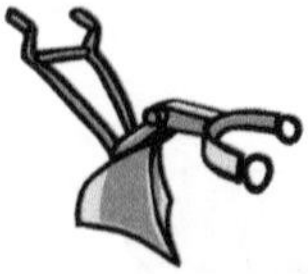

கலப்பை

pulluk

அரிவாள்

orak

மண்வெட்டி

çapa

மண் வெட்டி

dirgen

கோடாரி

balta

ஒற்றைச் சில்லு வண்டி

el arabası

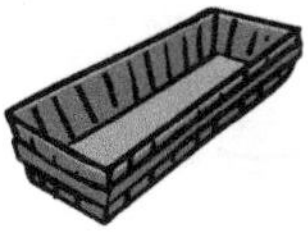

தொட்டி

yemlik

பாற்பேணி

süt kovası

சாக்குப் பை

çuval

வேலி

çit

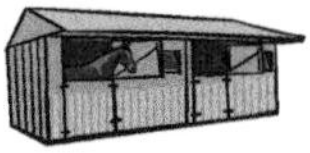

நிலையான

ahır

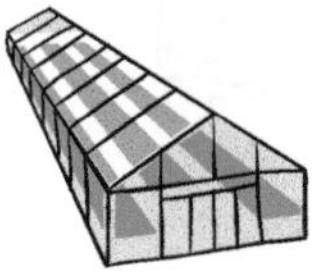

கிரீன்ஹவுஸ்

sera

மண்

toprak

விதை

tohum

உரம்

gübre

தானிய அறுவடை இயந்திரம்

biçerdöver

அறுவடை

hasat etmek

அறுவடை

harman

கருணைக் கிழங்கு

tatlı patates

கோதுமை

buğday

சோயா

soya

உருளைக்கிழங்கு

patates

சோளம்

mısır

கடுகு

kolza

பழ மரம்

meyve ağacı

மரவள்ளிக் கிழங்கு

manyok

தானியங்கள்

hububat

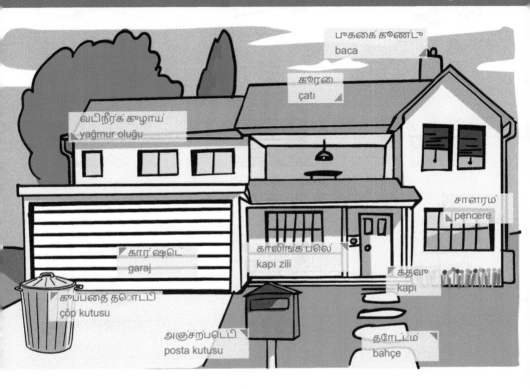

வீடு

ev

புகைக் கூண்டு
baca
கூரை
çatı
வடிநீர்க் குழாய்
yağmur oluğu
சாளரம்
pencere
கார் ஷெட்
garaj
காலிங்க் பெல்
kapı zili
கதவு
kapı
குப்பைத் தொட்டி
çöp kutusu
அஞ்சறப்பெட்டி
posta kutusu
தோட்டம்
bahçe

லிவிங்க் ரூம்

oturma odası

குளியலறை

banyo

சமையலறை

mutfak

படுக்கையறை

yatak odası

குழந்தையின் அறை

çocuk odası

உணவருந்தும் அறை

yemek odası

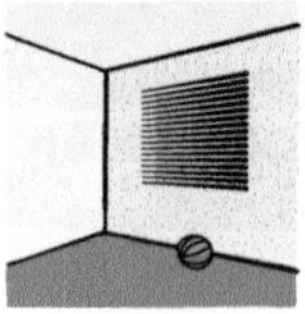

தரை

zemin

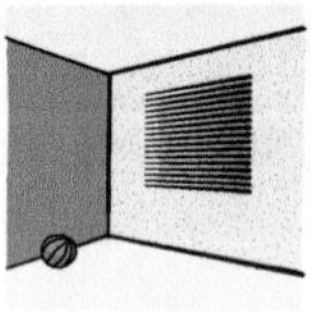

சுவர்

duvar

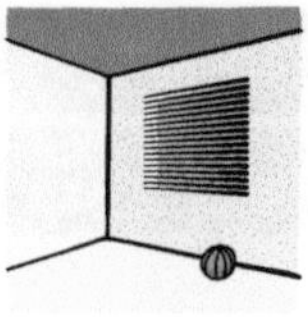

உட்கூரை

tavan

பாதாள

kiler

வெந்நீர் குளியல் டப்

sauna

மேன்மாடம்

balkon

வெளித்தளம்

teras

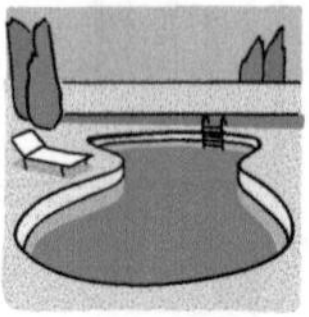

தடாகம்

havuz

புற்செதுக்கி

çim biçme makinesi

தாள்

çarşaf

படுக்கை விரிப்பு

yatak örtüsü

படுக்கை

yatak

தும்புத்தடி

süpürge

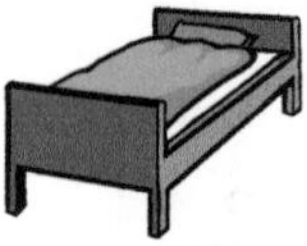

வாளி

kova

சுவிட்ச்

anahtar

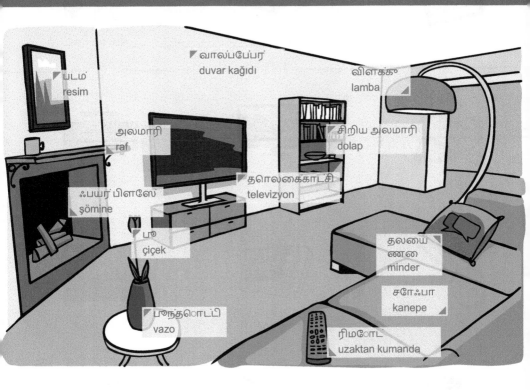

படம்
resim

வால்ப்பேப்பர்
duvar kağıdı

விளக்கு
lamba

அலமாரி
raf

சிறிய அலமாரி
dolap

ஃபயர் பிளேஸ்
şömine

தொலைக்காட்சி
televizyon

பூ
çiçek

தலையணை
minder

சோஃபா
kanepe

பூந்தொட்டி
vazo

ரிமோட்
uzaktan kumanda

கம்பளம்
halı

திரை
perde

மேசை
masa

நாற்காலி
sandalye

ராக்கிங் சேர்
salıncaklı koltuk

நாற்காலி
koltuk

புத்தகம்

kitap

போர்வை

battaniye

அலங்காரம்

dekor

விறகு

odun

படம்

film

ஹைபை

hi-fi

சாவி

anahtar

செய்தித்தாள்

gazete

படம்

tablo

சுவரொட்டி

poster

வானொலி

radyo

குறிப்புப் புத்தகம்

defter

வேக்கம் கிளீனர்

elektrikli süpürge

முள் செடி

kaktüs

மெழுகுவர்த்தி

mum

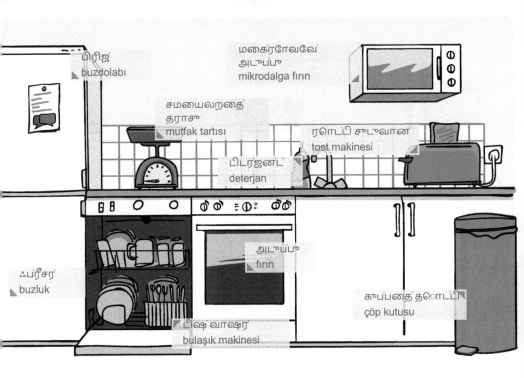

சமையலறை

mutfak

பிரிஜ்
buzdolabı
மைக்ரோவேவ் அடுப்பு
mikrodalga fırın
சமையலறைத் தராசு
mutfak tartısı
ரொட்டி சுடுவான்
tost makinesi
டிடர்ஜனட்
deterjan
அடுப்பு
fırın
ஃப்ரீசர்
buzluk
குப்பைத் தொட்டி
çöp kutusu
டிஷ் வாஷர்
bulaşık makinesi

குக்கர்

tencere

பானை

demlik

இரும்பு பானை

döküm tencere

கடாய்

wok

தோசைக் கல்

tava

கெட்டில்

su ısıtıcı

சமையலறை - mutfak

ஆவி வெவிப்பான்

buharlı pişirici

பேக்கிங் ட்ரே

pişirme tepsisi

மேசைத் தட்டுமுட்டுப் பொருட்கள்

tabak takımı

குவளை

kupa

கிண்ணம்

kase

உணவு குச்சிகள்

çubuk (çin yemeği)

மேஜைக் கரண்டி

kepçe

தோசை திருப்பி

spatula

துடைப்பம்

çırpma teli

வடிகட்டி

süzgeç

சல்லடை

elek

பொடி செய்வான்

rende

அம்மிக்கல்

havan

பார்பெக்யூ

barbekü

விரகடுப்பு

açık ateş

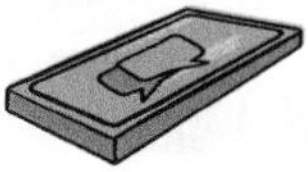

நறுக்கி தட்டு

....

kesme tahtası

உருட்டுக் கட்டை

....

merdane

மூடி திருகி

....

tirbüşon

கனே

....

konserve kutusu

கனே திறப்பான்

....

konserve açacağı

கரித் துணி

....

fırın eldiveni

சிங்க்

....

evye

பிரஷ்

....

fırça

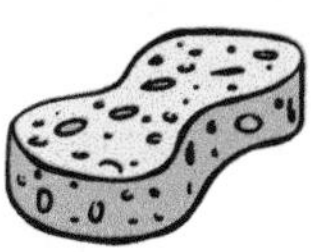

ஸ்பாஞ்ச்

....

sünger

பிளெண்டர்

....

blender

ஃப்ரீசர்

....

derin dondurucu

குழந்தை பாட்டில்

....

biberon

குழாய்

....

musluk

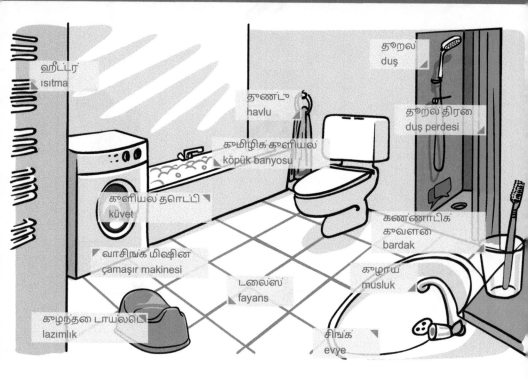

குளியலறை

banyo

ஹீட்டர்
ısıtma
duş
துண்டு
havlu
தூறல் திரை
duş perdesi
குமிழிக் குளியல்
köpük banyosu
குளியல் தொட்டி
küvet
கண்ணாடிக் குவளை
bardak
வாசிங் மிஷின்
çamaşır makinesi
குழாய்
musluk
fayans
குழந்தை டாய்லட்
lazımlık
சிங்க்
evye

கழிப்பறை

tuvalet

குந்து கழிப்பறை

alaturka tuvalet

பைடெட்

bide

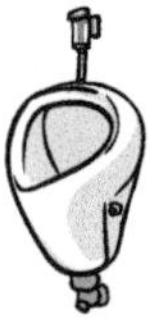

ஆண்கள் சிறுநீர் கழிப்பிடம்

pisuvar

டாய்லட் பேப்பர்

tuvalet kağıdı

டாய்லட் பிரஷ்

tuvalet fırçası

38 குளியலறை - banyo

டூத் பிரஷ்

diş fırçası

டூத் பேஸ்ட்

diş macunu

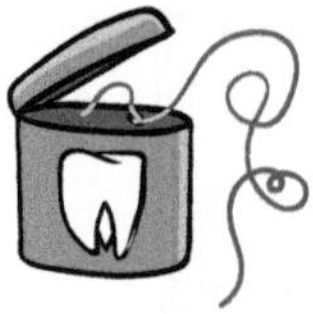

பல் ஃபிளாஸ்

diş ipi

கழுவு

yıkamak

ஹேண்ட் ஷவர்

duş başlığı

ஹேண்ட் ஃபிளஷ்

duş başlığı şeklinde taharet musluğu

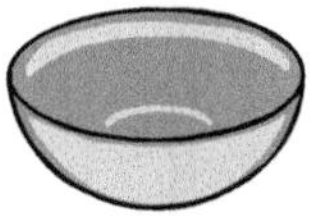

பேசின்

küvet

டாய்லட் பிரஷ்

banyo fırçası

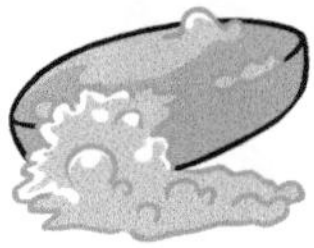

சோப்

sabun

குளியல் ஜெல்

duş jeli

ஷாம்பூ

şampuan

கம்பளித் துணி

banyo lifi

குளியலறை டிரைனேஜ்

gider

கிரீம்

krem

டியோடரண்ட்

deodorant

பாத்ரூம் கண்ணாடி

....

ayna

கைக் கண்ணாடி

....

el aynası

சவரக் கருவி

....

jilet

சவரன் நுரை

....

tıraş köpüğü

ஷேவிங்க் செட்

....

tıraş losyonu

சீப்பு

....

tarak

பிரஷ்

....

fırça

ஹேர் டிரையர்

....

saç kurutma makinesi

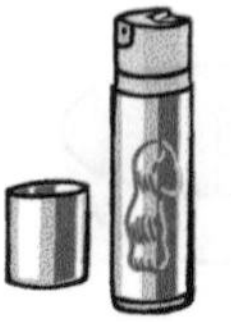

ஹேர் ஸ்பிரே

....

saç spreyi

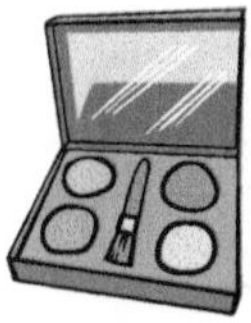

மேக் அப் செட்

....

makyaj

லிப்ஸ்டிக்

....

ruj

நக பூச்சு

....

tırnak cilası

பருத்திக் கம்பளி

....

pamuk

நக வெட்டி

....

tırnak makası

பெர்ஃபியூம்

....

parfüm

கழுவு பை

....

makyaj çantası

ஸ்டூல்

....

tabure

தராசு

....

tartı

குளியல் உடை

....

bornoz

ரப்பர் கையுறைகள்

....

lastik eldiven

டாம்போன்

....

tampon

துடைக்கும் துண்டு

....

kadın pedi

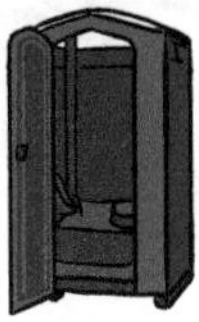

இரசாயன கழிப்பறை

....

kimyevi tuvalet

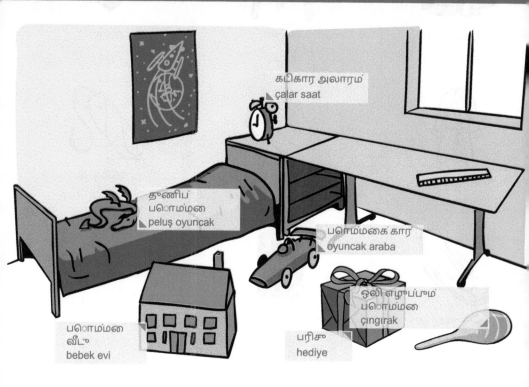

குழந்தையின் அறை

çocuk odası

கடிகார அலாரம்
çalar saat
துணிப் பொம்மை
peluş oyuncak
பொம்மைக் கார்
oyuncak araba
ஒலி எழுப்பும் பொம்மை
çıngırak
பொம்மை வீடு
bebek evi
பரிசு
hediye

பலூன்

balon

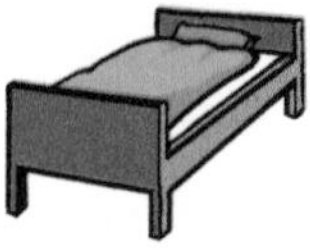

படுக்கை

yatak

தள்ளுவண்டி

bebek arabası

சீட்டுக் கட்டு

kart destesi

புதிர்

yapboz

சித்திரக்கதை

çizgi roman

லெகோ பிரிக்ஸ்

lego tuğlaları

பொம்மைத் துண்டுகள்

lego blokları

நடவடிக்கை எண்ணிக்கை

aksiyon figürü

பேபி கிரோ

zıbın

பிரிஸ்பீ

frizbi

மொபைல்

dönence

விளையாட்டுப் பலகை

masa oyunu

தாயம்

zar

மாதிரித் தொடருந்துத் தொகுப்பு

model tren seti

போலி

emzik

கட்சி

parti

படப் புத்தகம்

resimli kitap

பந்து

top

பொம்மை

oyuncak bebek

விளையாடு

oynamak

மண்கலம்

kum havuzu

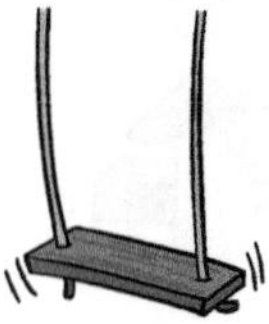

ஊஞ்சல்

salıncak

பொம்மைகள்

oyuncaklar

வீடியோ கேம் கன்சோல்

video oyun konsolu

மூன்று சக்கர வண்டி

üç tekerlekli bisiklet

கரடி பொம்மை

oyuncak ayı

அலமாரி

gardırop

ஆடை
kıyafet

காலுறைகள்

çorap

உள் காலுறைகள்

külotlu çorap

டைட்ஸ்

tayt

ஸ்காரஃப்
eşarp

பெலெட்
kemer

குடை
şemsiye

ட்ஷெர்ட்
tişört

புட்ஸ் ஷூ
bot

சருப்ப்புக்கள்
terlik

ஸ்னீக்கரர்கள்
spor ayakkabı

சரெருப்ப்பு
sandalet

ஷூ
ayakkabı

ரப்பர் புட்ஸ்
lastik çizme

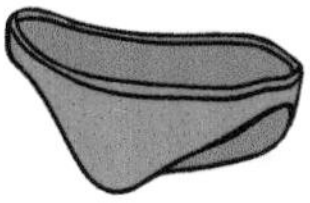

உள்ளாடகை
காலச்சட்டகைள்
külot

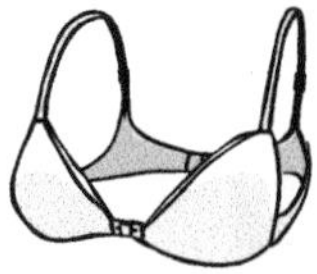

கொங்கை
sütyen

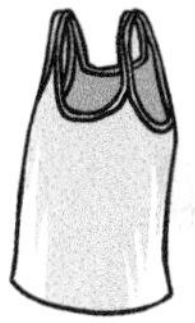

மேலே கோட்
yelek

உடல்
dar bluz

பிரவுசர்
pantolon

ஜீன்ஸ்
kot pantolon

பாவாடை
etek

பிளவுஸ்
bluz

சட்டை
gömlek

புல் ஓவர்
kazak

ஸ்வெட்டர்
süveter

பிளசேர்
blazer

மலேணி
ceket

கோட்
mont

மழை கோட்
yağmurluk

ஆடை வகை
kostüm

நீளாடை
elbise

திருமண உடை
gelinlik

சூட்

takım elbise

இரவுடை

gecelik

பஜாமாக்கள்

pijama

புடவை

sari

ஸ்கார்ஃப்

baş örtüsü

தலைப்பாகை

türban

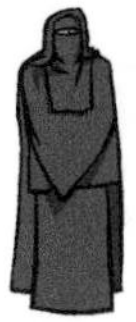

புர்கா

burka

காஃப்தன்

kaftan

அபயா

çarşaf

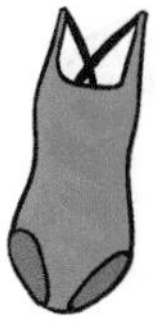

நீச்சலுடை

mayo

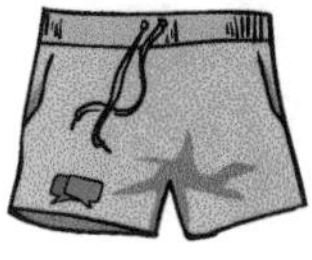

டிரங்க்ஸ்

erkek mayosu

அரைக்கால் சட்டை

şort

டிராக் சூட்

eşofman

மேல் அங்கி

önlük

கையுறைகள்

eldiven

பொத்தான்

düğme

கண் கண்ணாடி

gözlük

பிரஸ்லெட்

bilezik

நெக்லஸ்

kolye

மோதிரம்

yüzük

தோடு

küpe

தொப்பி

kep

சட்டை தூக்கி

portmanto

வட்டத் தொப்பி

şapka

டை

kravat

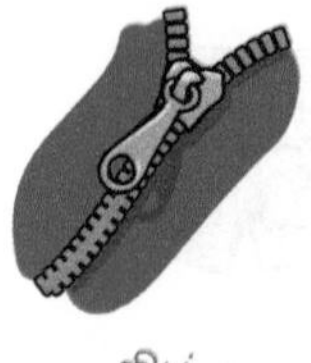

ஜிப்

fermuar

ஹெல்மெட்

kask

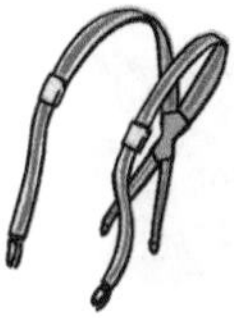

மேற்பட்டி

pantolon askısı

பள்ளி சீருடை

okul forması

சீருடை

üniforma

குழந்தைக் கழுத்தணி
....
mama önlüğü

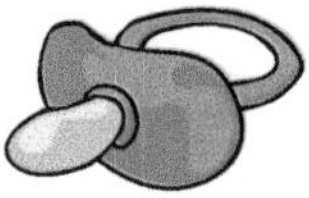

பேலி
....
emzik

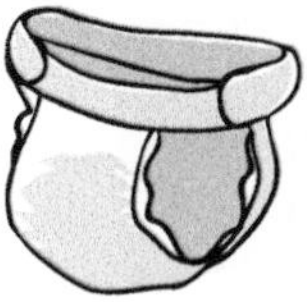

டயப்பர்
....
bebek bezi

அலுவலகம்

ofis

சர்வர்
sunucu

ரகே
dosya dolabı

பிரின்டர்
yazıcı

காகிதம்
kağıt

கணினித்
திரை
monitör

மேசை
masa

சூட்டி
fare

ஃபோல்டர்
klasör

விசைப்பலகை
klavye

குப்பைத் தொட்டி
kağıt çöp kutusu

கணினி
bilgisayar

நாற்காலி
sandalye

காஃபி டம்ப்ளர்
....
kahve fincanı

கால்குலேட்டர்
....
hesap makinesi

இணையம்
....
internet

மடிக்கணினி

....

dizüstü

கடிதம்

....

mektup

செய்தி

....

mesaj

மொபைல்

....

cep telefonu

வலையமைப்பு

....

ağ

ஜெராக்ஸ் மிஷின்

....

fotokopi makinesi

மென்பொருள்

....

yazılım

தொலைபேசி

....

telefon

பிளக் பாயிண்ட்

....

priz

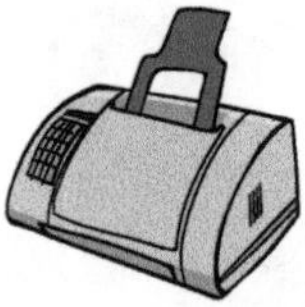

தொலைநகல் இயந்திரம்

....

faks makinesi

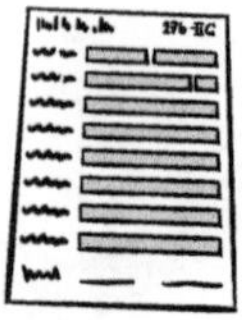

வரவேற்புப் படிவம்

....

form

ஆவணம்

....

belge

வாங்க

satın almak

செலுத்த

ödemek

வர்த்தகம்

ticaret yapmak

பணம்

para

டாலர்

dolar

யூரோ

avro

யென்

yen

ரப்பிள்

ruble

சுவிஸ் ஃபிராங்க்

İsviçre frangı

ரென்மின்பி யுவான்

Çin yuanı

ரூபாய்

rupi

பணம் கட்டுமிடம்

kasa

நாணயமாற்று அலுவலகம்

döviz bürosu

தங்கம்

altın

வெள்ளி

gümüş

எண்ணெய்

petrol

ஆற்றல்

enerji

விலை

fiyat

ஒப்பந்தம்

kontrat

வரி

vergi

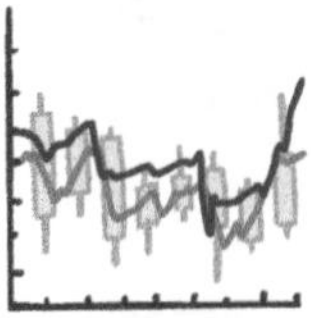

பங்கு

menkul değer

வேலை

çalışmak

ஊழியர்

işveren

முதலாளி

işçi

தொழிற்சாலை

fabrika

கடை

mağaza

காவல்துறை அதிகாரி
polis memuru
தீயணைப்பு வீரர்
itfaiyeci
சமையற்காரர்
aşçı
மருத்துவர்
doktor
விமானி
pilot

தோட்டக்காரர்

bahçıvan

கார்பென்ட்டர்

marangoz

பெண் டெய்லர்

terzi

நீதிபதி

hakim

வேதியியலாளர்

kimyager

நடிகர்

aktör

பேருந்து ஓட்டுனர்

....

otobüs şoförü

டாக்ஸி ஓட்டுனர்

....

taksi şoförü

மீனவர்

....

balıkçı

பெண் துப்புரவுப் பணியாளர்

....

temizlikçi

கூரை வேய்பவர்

....

çatı ustası

வெயிட்டர்

....

garson

வேட்டைக்காரன்

....

avcı

பெயின்டர்

....

boyacı

பேக்கர்

....

fırıncı

எலக்ட்ரீஷியன்

....

elektrikçi

கொத்தனார்

....

inşaatçı

பொறியியலாளர்

....

mühendis

இறைச்சிக் கடைக்காரர்

....

kasap

பிளம்பர்

....

muslukçu

தபால்காரர்

....

postacı

சிப்பாய்

asker

கட்டிடக் கலைஞர்

mimar

கேஷியர்

kasiyer

பூ வியாபாரி

çiçekçi

சிகையலங்கார நிபுணர்

kuaför

நடத்துனர்

kondüktör

மெக்கானிக்

tamirci

தலைவன்

kaptan

பல் மருத்துவர்

dişçi

விஞ்ஞானி

bilim insanı

போதகர்

haham

இமாம்

imam

துறவி

keşiş

குருமார்

rahip

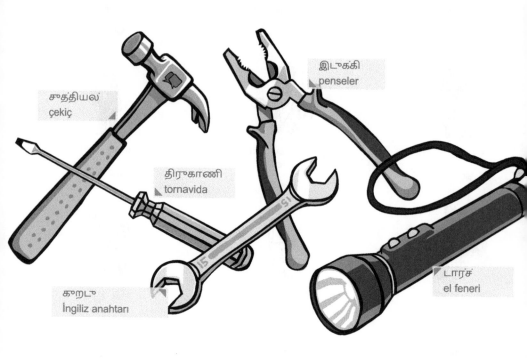

கருவிகள்

aletler

சுத்தியல்
çekiç
இடுக்கி
penseler
திருகாணி
tornavida
குறடு
İngiliz anahtarı
டார்ச்
el feneri

அகழியந்திரம்

kazı makinesi

கருவிப்பெட்டி

alet çantası

ஏணி

merdiven

அரிவாள்

testere

ஆணிகள்

çiviler

துளை கருவி

matkap

பழுது
tamir etmek

மண்வாரி
kürek

அடடா!
Kahretsin!

தூசுத்தட்டு
faraş

சாயக்கூடம்
boya tenekesi

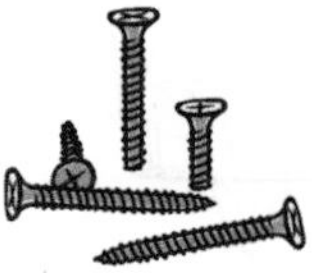

திருகாணிகள்
vidalar

இசைக்கருவிகள்
müzik enstrümanı

பறதை தளௌகுதி
bateri seti

ஒலிபெருக்கி
hoparlör

கித்தார்
gitar

இரட்டை அபித்தௌனி
kontrbas

பிரம்பட்
trompet

பியானோ

piyano

வயலின்

keman

அடித்தொனி

basgitar

பெரும்பறை

timpani

பறை

bateri

விசைப்பலகை

klavye

சாக்ஸபோன்

saksafon

புல்லாங்குழல்

flüt

ஒலிவாங்கி

mikrofon

விலங்குக் காட்சிச்சாலை

hayvanat bahçesi

நுழைவாயி
ல்
giriş
புலி
kaplan
கூண்டு
kafes
வரிக்குதிரை
zebra
விலங்குணவு
hayvan yemi
பண்டாக் கரடி
panda

விலங்குகள்

hayvanlar

யானை

fil

கங்காரு

kanguru

காண்டாமிருகம்

gergedan

கொரில்லா

goril

கபிலக் கரடி

ayı

ஒட்டகம்

deve

தீக்கோழி

deve kuşu

சிங்கம்

aslan

குரங்கு

maymun

பிளமிங்கோ

flamingo

கிளி

papağan

துருவக்கரடி

kutup ayısı

பெங்குயின்

penguen

சுறா

köpek balığı

மயில்

tavus kuşu

பாம்பு

yılan

முதலை

timsah

விலங்குக்
காட்சிச்சாலைப்
பராமரிப்பாளர்
hayvanat bahçesi görevlisi

கடற்சிங்கம்

fok

ஜாகுவார்

jaguar

மட்டக்குதிரை

midilli atı

சிறுத்தை

leopar

நீர்யானை

su aygırı

ஒட்டகச்சிவிங்கி

zürafa

கழுகு

kartal

பன்றி

yaban domuzu

மீன்

balık

ஆமை

kaplumbağa

கடற்குதிரை

mors

நரி

tilki

மான்

ceylan

விளையாட்டு

sporlar

அமெரிக்கக் காலப்பந்து
amerikan futbolu
சைக்கிள் பந்தயம்
bisiklete binme
டென்னிஸ்
tenis
கூடைப்பந்து
basketbol
நீச்சல்
yüzme
குத்துச்சண்டை
boks
ஐஸ் ஹாக்கி
buz hokeyi

காலப்பந்து

futbol

பேட்மிட்டன்

badminton

தடகள விளையாட்டு

atletizm

கைப்பந்து

hentbol

பனிச்சறுக்கு

kayak

போலோ

polo

குதி
atlamak
கட்டியணை
sarılmak
கெக்கலி கொட்டிச் சிரி
gülmek
நட
yürümek
பாடு
söylemek
கனவு காண்
hayal etmek
பிரார்த்தனை செய்
dua etmek
முத்தம் கொடு
öpmek

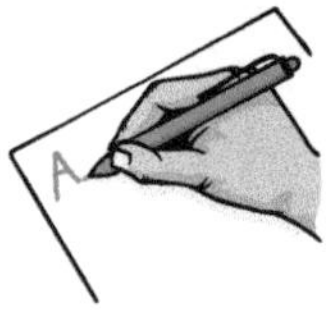

எழுது

yazmak

வரை

çizmek

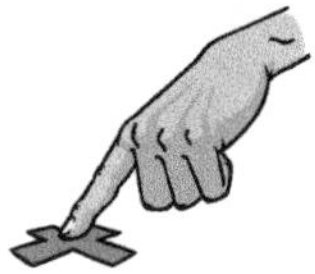

காட்டு

göstermek

தள்ளு

itmek

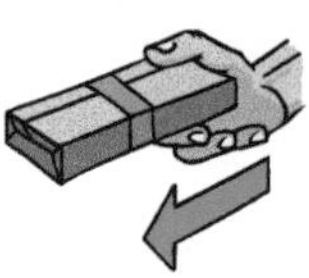

கொடு

vermek

எடு

almak

வணேட்டும்

sahip olmak

சயெ்

yapmak

இரு

olmak

நிமிர்ந்து நில்

ayakta durmak

ஓடு

koşmak

இழு

çekmek

வீசியெறி

atmak

மலேே விழு

düşmek

சாய்ந்து கொெள்

yalan söylemek

காத்திரு

beklemek

கொெண்டு சலெ்

taşımak

உட்கார்

oturmak

ஆடையணி

giyinmek

உறங்கு

uyumak

எழுந்திரு

uyanmak

பார்

bakmak

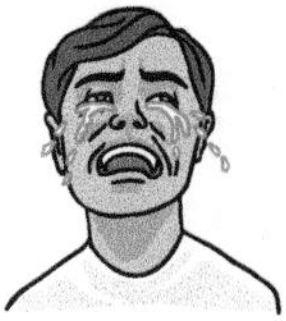

அழு

ağlamak

தடவு

vurmak

தலை வார்

taramak

பசேு

konuşmak

புரிந்து கொள்

anlamak

கடே்க

sormak

சவெிமடு

dinlemek

குடி

içmek

சாப்பிடு

yemek

ஒழுங்கு படுத்து

düzenlemek

அன்பு காட்டு

sevmek

சமையல்காரர்

pişirmek

இயக்கி

sürmek

பற

uçmak

புறப்பட்டது
denize açılmak

கணக்கிடு
hesapla

வாசி
okumak

அறிய
öğrenmek

வேலை
çalışmak

திருமணம்
evlenmek

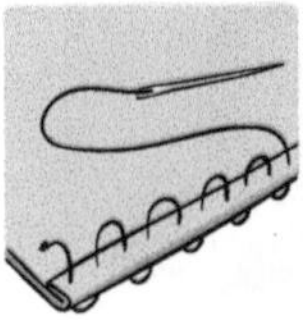

தை
dikmek

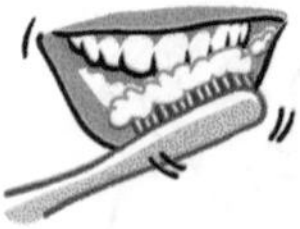

பல் துலக்கு
diş fırçalamak

கொலை
öldürmek

புகை
sigara içmek

அனுப்பு
yollamak

பாட்டி
büyükanne

தாத்தா
büyükbaba

தந்தை
baba

தாய்
anne

குழந்தை
bebek

மகள்
kız

மகன்
oğul

விருந்தினர்
misafir

அத்தை
teyze

மாமா
amca

சகோதரன்
erkek kardeş

சகோதரி
kız kardeş

உடல்

vücut

நெற்றி
alın
கண்
göz
தோள்பட்டை
omuz
விரல்
parmak
முகம்
yüz
மோவாய்
çene
கை
el
மார்பகம்
göğüs
கால்
bacak
கை
kol

குழந்தை

bebek

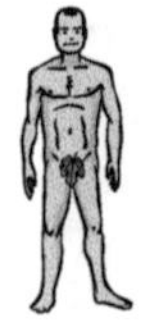

ஆண்

adam

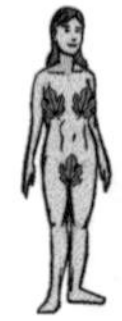

பெண்

kadın

சிறுமி

kız

சிறுவன்

erkek çocuk

தலை

baş

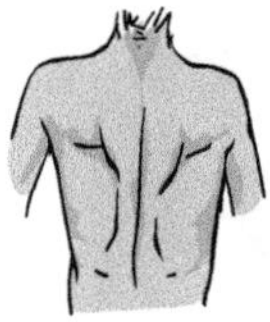

பின்புறம்

sırt

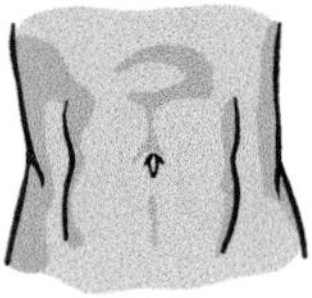

வயிறு

karın

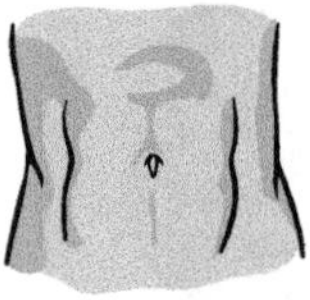

தொப்புள்

göbek

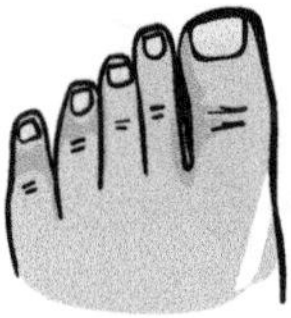

கால் விரல்

ayak parmağı

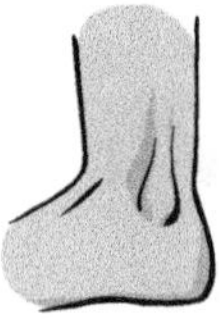

குதிங்கால்

topuk

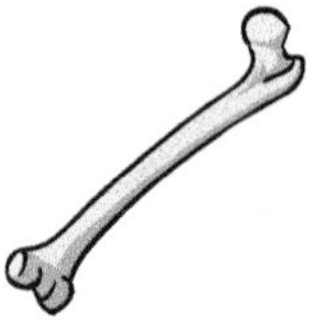

எலும்பு

kemik

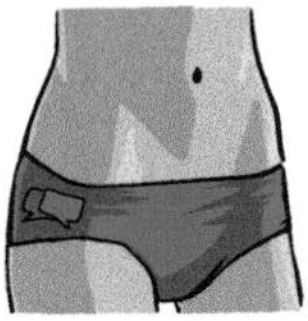

இடுப்பு

kalça

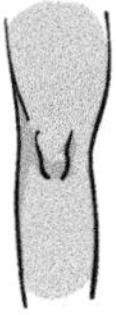

முழங்கால்

diz

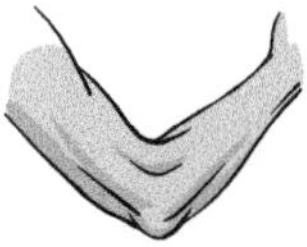

முழங்கை

dirsek

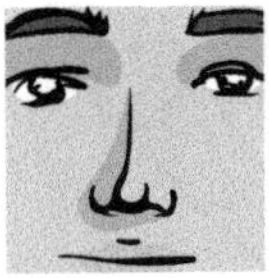

மூக்கு

burun

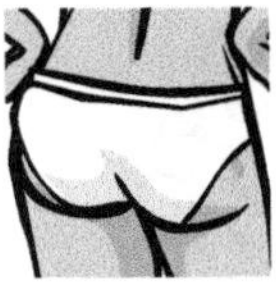

பிட்டம்

kalça

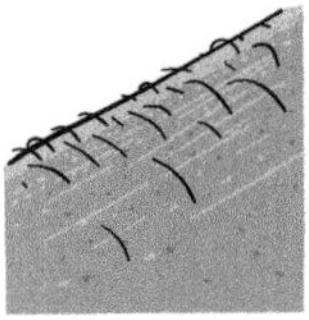

தோல்

deri

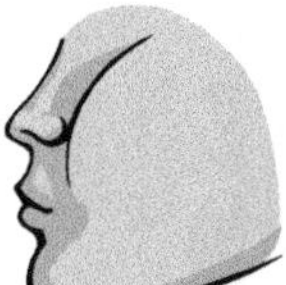

கன்னம்

yanak

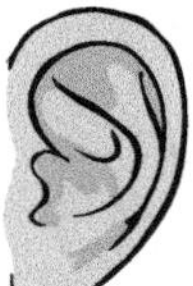

காது

kulak

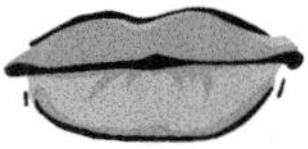

உதடு

dudak

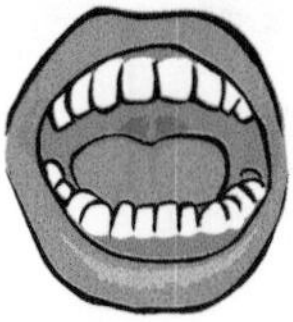

வாய்
ağız

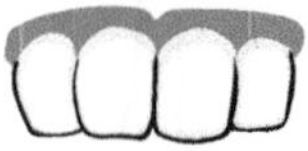

பல்
diş

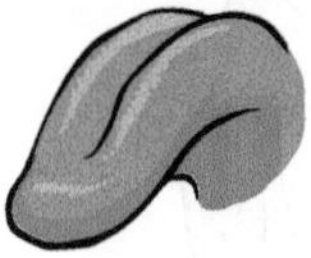

நாக்கு
dil

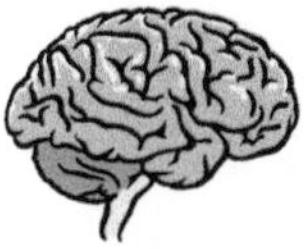

மூளை
beyin

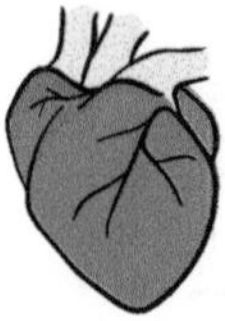

இதயம்
kalp

தசை
kas

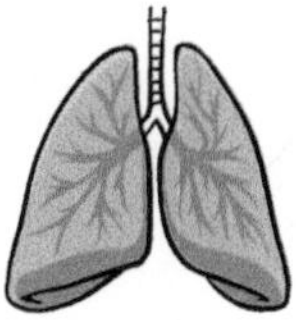

நுரையீரல்
akciğer

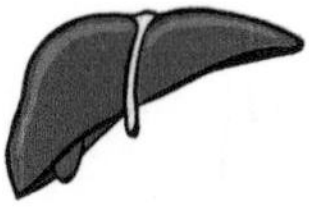

ஈரல்
karaciğer

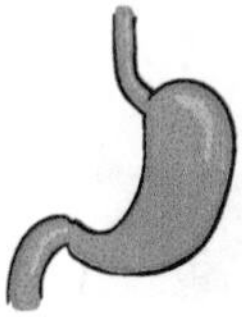

உள்வயிறு
mide

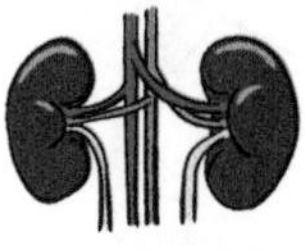

சிறுநீரகங்கள்
böbrekler

பாலுறவு
seks

ஆணுறை
prezervatif

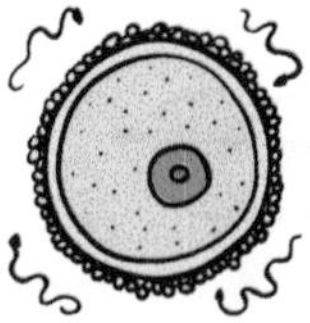

சினை முட்டை
yumurtalık

விந்து
sperm

கர்ப்பம்
hamilelik

மாதவிடாய்

regl

யோனி

vajina

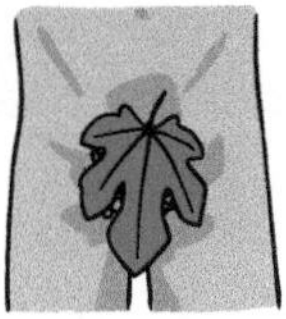

ஆண்குறி

penis

புருவம்

kaş

முடி

saç

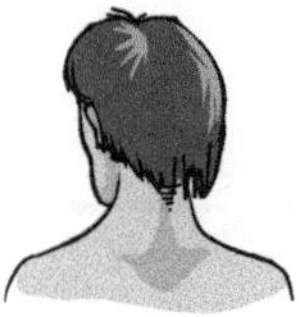

கழுத்து

boyun

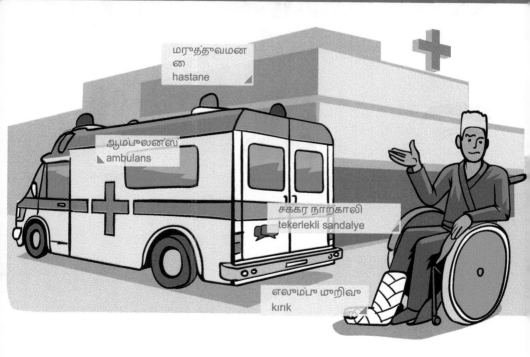

மருத்துவமனை
hastane

ஆம்புலன்ஸ்
ambulans

சக்கர நாற்காலி
tekerlekli sandalye

எலும்பு முறிவு
kırık

மருத்துவர்
doktor

அவசர அறை
acil servis

செவிலியர்
hemşire

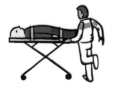

எக்ஸ்-ரே
acil

மயக்கம்
baygın

வலி
acı

காயம்

yaralanma

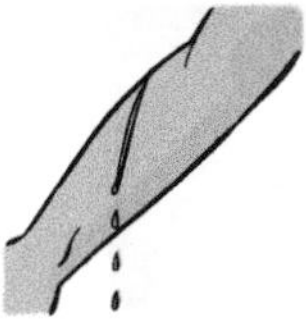

இரத்தப்போக்கு

kanama

மாரடைப்பு

kalp krizi

வலிப்பு

felç

ஒவ்வாமை

alerji

இருமல்

öksürük

காய்ச்சல்

ateş

சளிக்காய்ச்சல்

grip

வயிற்றுப்போக்கு

ishal

தலைவலி

baş ağrısı

புற்றுநோய்

kanser

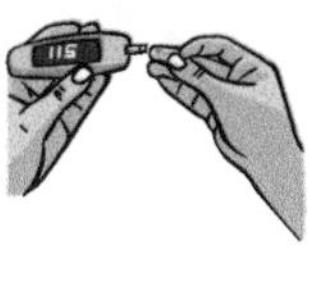

நீரிழிவு நோய்

şeker hastalığı

அறுவை சிகிச்சையாளர்

cerrah

ஸ்கால்பெல் கத்தி

neşter

அறுவை சிகிச்சை

operasyon

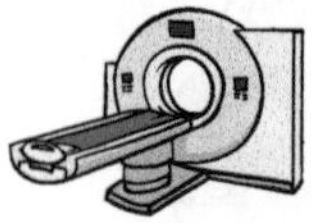

சி.டி

bilgisayarlı tomografi

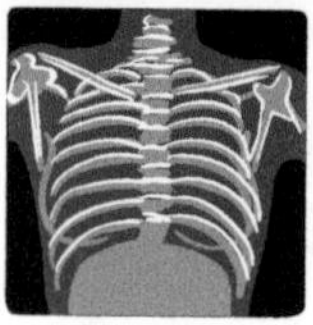

எக்ஸ்-ரே

röntgen

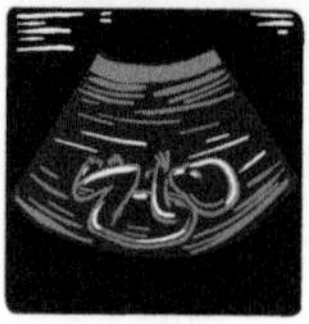

அல்ட்ராசவுண்ட்

ultrason

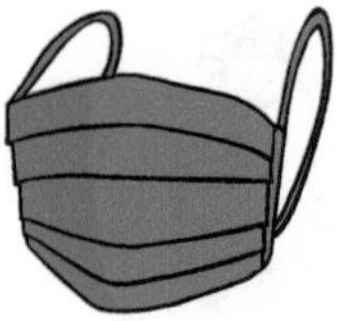

முகமூடி

yüz maskesi

நோய்

hastalık

காத்திருப்பு அறை

bekleme odası

ஊன்றுகோல்

koltuk değneği

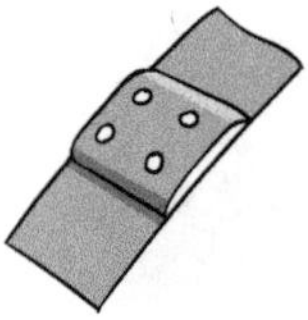

பிளாஸ்திரி

yara bandı

பேண்டேஜ்

bandaj

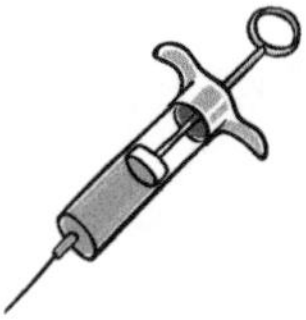

ஊசி

enjeksiyon

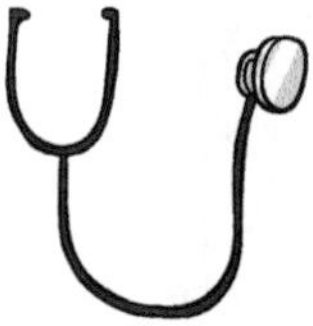

ஸ்டதொஸ்கோப்

steteskop

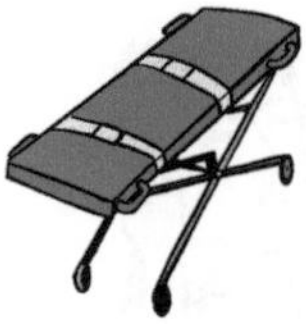

ஸ்டிரெட்சர்

sedye

தெர்மாமீட்டர்

tıbbi termometre

பிறப்பு

doğum

அதிக எடை

fazla kilo

சவெிப்பறை கருவி

....

işitme cihazı

கிருமிநாசினி

....

dezenfektan

தொற்றுநோய்

....

enfeksiyon

வைரஸ்

....

virüs

எச்.ஐ.வி / எய்ட்ஸ்

....

HIV / AIDS

மருந்து

....

ilaç

தடுப்பூசி

....

aşı

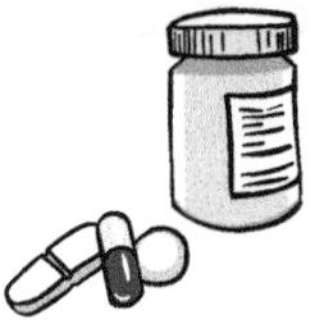

மாத்திரைகள்

....

tablet

மாத்திரை

....

hap

அவசர அழைப்பு

....

acil çağrı

இரத்தக் கொதிப்பு
கண்காணிப்பான்

....

tansiyon aleti

நோயாளி/ஆரோக்கிய
மானவர்

....

hasta / sağlıklı

acil

உதவுங்கள்!

İmdat!

அலாரம்

alarm

அடித்தல்

darp

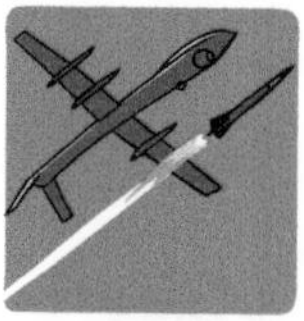

தாக்குதல்

saldırı

ஆபத்து

tehlike

அவசரகால வெளியேற்றம்

acil çıkış

தீ!

Yangın!

தீ அணைப்பான்

yangın tüpü

விபத்து

kaza

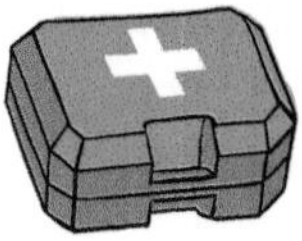

முதலுதவிப் பெட்டி

ilk yardım çantası

அவசர உதவி தேவை

imdat

காவல்துறை

polis

ஐரோப்பா

Avrupa

வட அமெரிக்கா

Kuzey Amerika

தென் அமெரிக்கா

Güney amerika

ஆப்பிரிக்கா

Afrika

ஆசியா

Asya

ஆஸ்திரேலியா

Avustralya

அட்லான்டிக்

Atlantik

பசிபிக்

Pasifik

இந்து சமுத்திரம்

Hint Okyanusu

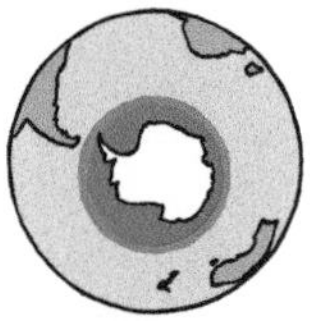

அண்டார்டிகா சமுத்திரம்

Antarktika Okyanusu

ஆர்டிக் கடல்

Arktik Okyanusu

வட துருவம்

Kuzey Kutbu

தனெ் துருவம்

Güney Kutbu

அனட்ாரட்ிகா

Antarktika

பூமி

dünya

நிலம்

kara

கடல்

deniz

தீவு

ada

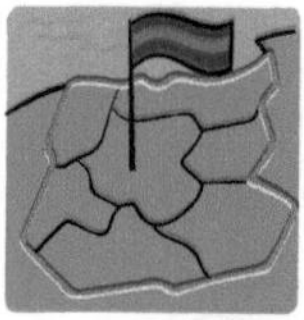

நாட்டின்

ulus

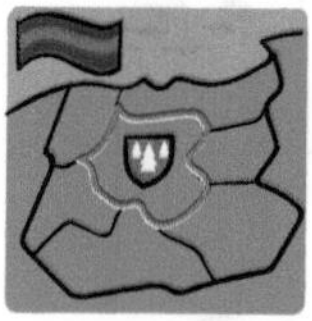

நிலை

ülke

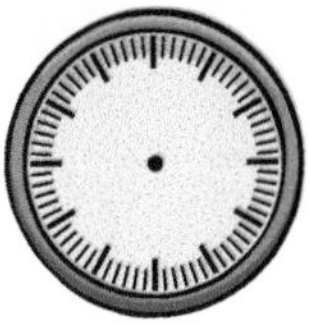

கடிகார முகம்

kadran

மணி முள்

akrep

நிமிட முள்

yelkovan

செக்கன்டு முள்

saniye ibresi

மணி என்ன?

Saat kaç?

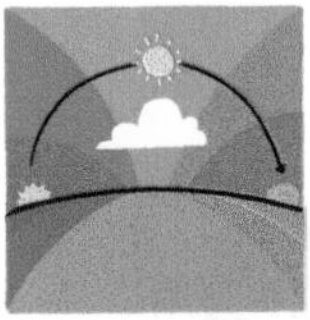

நாள்

gün

நேரம்

zaman

இப்போது

şimdi

டிஜிடல் கடிகாரம்

dijital saat

நிமிடம்

dakika

மணி

saat

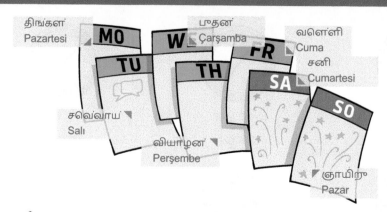

வாரம்

hafta

திங்கள்
Pazartesi
செவ்வாய்
Salı
புதன்
Çarşamba
வியாழன்
Perşembe
வெள்ளி
Cuma
சனி
Cumartesi
SA
ஞாயிறு
Pazar

நறேற்று

dün

இன்று

bugün

நாளை

yarın

காலை

sabah

நண்பகல்

öğle

சாயங்காலம்

akşam

வேலை நாட்கள்

iş günleri

வார இறுதி

hafta sonu

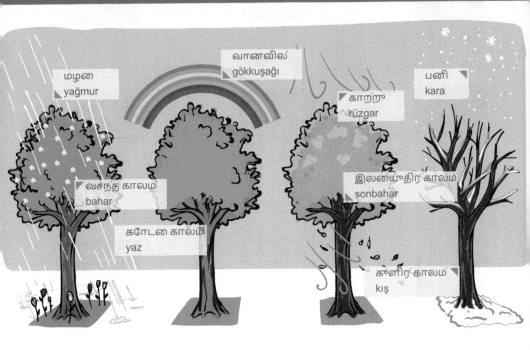

மழை
yağmur
வானவில்
gökkuşağı
பனி
kara
காற்று
rüzgar
வசந்த காலம்
bahar
இலையுதிர் காலம்
sonbahar
கோடை காலம்
yaz
குளிர் காலம்
kış

வானிலை முன்னறிவிப்பு

hava durumu tahmini

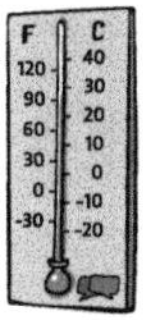

வெப்பமானி

termometre

சூரிய ஒளி

güneş ışığı

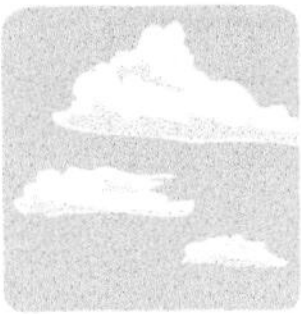

மேகம்

bulut

மூடுபனி

sis

ஈரப்பதம்

nem

மின்னல்

şimşek

இடி

gök gürültüsü

புயல்

fırtına

ஆலங்கட்டி மழை

dolu

பருவமழை

muson

வெள்ள

sel

பனி

buz

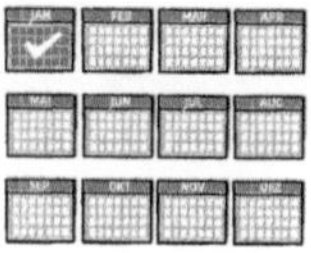

ஜனவரி

Ocak

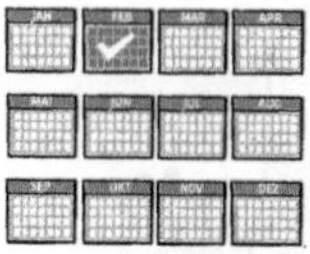

பிப்ரவரி

Şubat

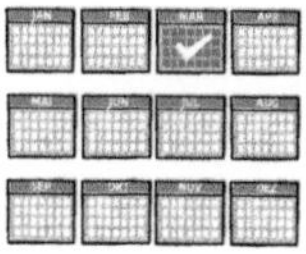

மார்ச்

Mart

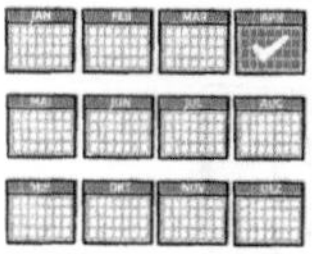

ஏப்ரல்

Nisan

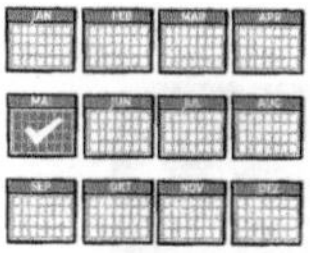

மே

Mayıs

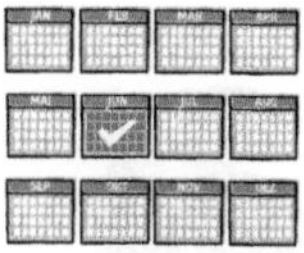

ஜூன்

Haziran

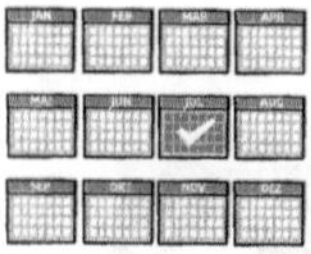

ஜூலை

Temmuz

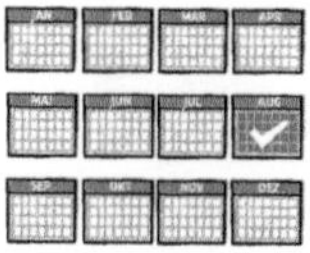

ஆகஸ்ட்

Ağustos

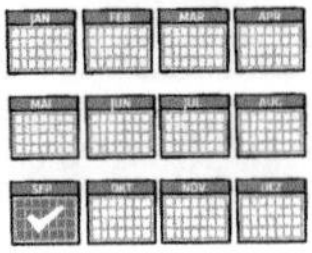

செப்டம்பர்

Eylül

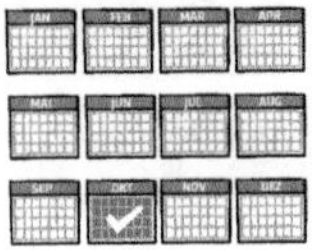

அக்டோபர்

Ekim

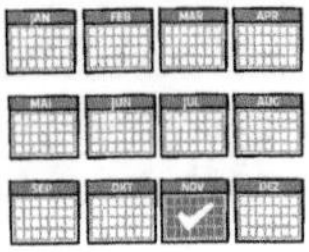

நவம்பர்

Kasım

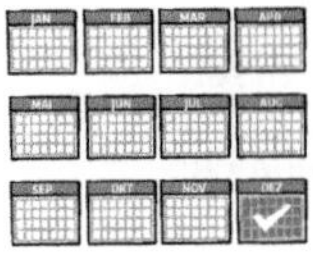

டிசம்பர்

Aralık

வடிவங்கள்

şekiller

வட்டம்

daire

சதுரம்

kare

செவ்வகம்

dikdörtgen

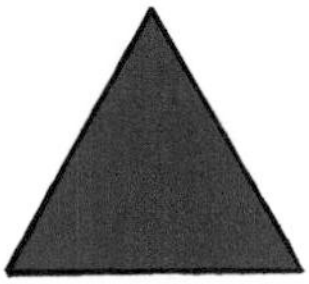

முக்கோணம்

üçgen

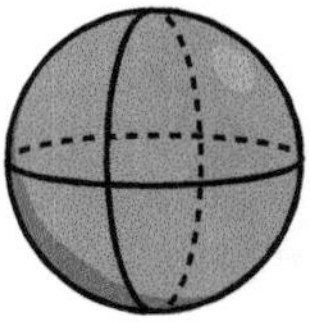

கோளம்

küre

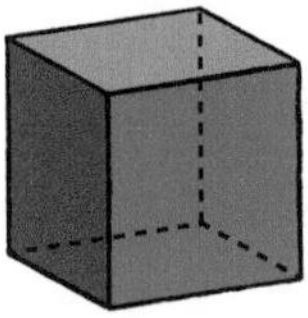

கியூப்

küp

நிறங்கள்

renkler

பிங்க்

beyaz

சாம்பல்

sarı

மஞ்சள்

turuncu

ஊதா

pembe

சிவப்பு

kırmızı

பிரவுன்

mor

நீலம்

mavi

கறுப்பு

yeşil

ஆரஞ்ச்

kahverengi

வெள்ளை

gri

பச்சை

siyah

எதிர்ச் சொற்கள்

zıt anlamlılar

நிறைய / சிறிதளவு

çok / az

கோபம் / அமைதி

kızgın / sakin

அழகானது / அசிங்கமானது

güzel / çirkin

தொடக்கம் / முடிவு

başlangıç / son

சிறியது / பெரியது

büyük / küçük

வெளிச்சம் / இருட்டு

parlak / karanlık

சகோதரன் / சகோதரி

erkek kardeş / kız kardeş

சுத்தமான / அழுக்கான

temiz / kirli

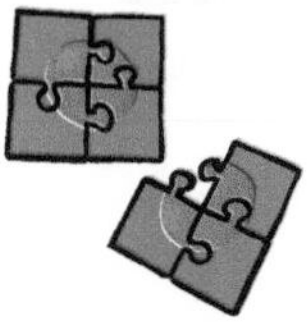

முடிந்தது / முடிக்கவில்லை

tamam / eksik

பகல் / இரவு

gün / gece

உயிருடன் / இறந்த

ölü / canlı

அகன்ற / ஒடுங்கிய

geniş / dar

உண்ணத்தக்கது/
சாப்பிடக் கூடாதது

yenilebilir / yenilemez

தீமை/அன்பு

kötü / iyi

உற்சாகம்/சலிப்பு

heyecanlı / sıkılmış

குண்டு/ஒல்லி

şişman / zayıf

முதல் / இறுதி

ilk / son

நண்பன் / எதிரி

dost / düşman

நிறைவு / வெறுமை

dolu / boş

கடினமான /
மிருதுவான

sert / yumuşak

பாரமான / இலகுவான

ağır / hafif

பட்டினி / தாகம்

açlık / susuzluk

நோயாளி/ஆரோக்கிய
மானவர்

hasta / sağlıklı

சட்டவிரோதம் /
சட்டத்திற்குட்பட்டது

yasa dışı / yasal

அறிவாளி / முட்டாள்

zeki / aptal

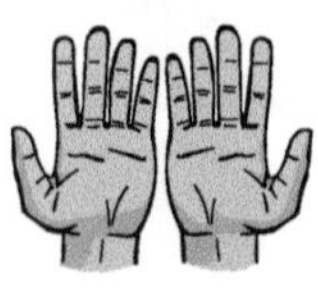

இடது / வலது

sol / sağ

அருகில் / தொலைவில்

yakın / uzak

புதியது/பழையது

yeni / kullanılmış

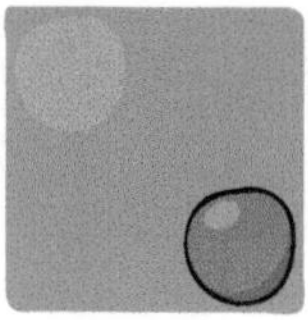

ஏதுமில்லை / ஏதேனும் ஒன்று

hiçbir şey / bir şey

முதிச்சி / இளமை

yaşlı / genç

ஆன்/ஆஃப்

açma / kapama

திறந்த / மூடிய

açık / kapalı

அமைதி/இரைச்சல்

sessiz / gürültülü

பணக்காரன் / ஏழை

zengin / fakir

சரியானது / பிழையானது

doğru / yanlış

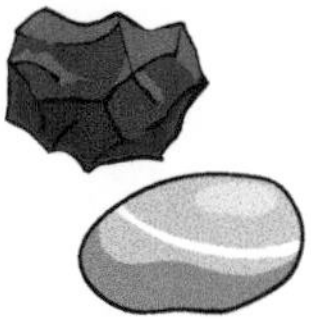

கடினமான/மென்மையான

pürüzlü / düz

துக்கம் / மகிழ்ச்சி

üzgün / mutlu

குறுகிய / நீண்ட

kısa / uzun

வேகமான / மெதுவான

yavaş / hızlı

உலர்ந்த / ஈரமான

ıslak / kuru

சூடு/ குளிர்

sıcak / serin

போர் / சமாதானம்

savaş / barış

எண்கள்

sayılar

0

பூஜ்யம்

sıfır

1

ஒன்று

bir

2

இரண்டு

iki

3

மூன்று

üç

4

நான்கு

dört

5

ஐந்து

beş

6

ஆறு

altı

7

ஏழு

yedi

8

எட்டு

sekiz

9

ஒன்பது

dokuz

10

பத்து

on

11

பதினொன்று

on bir

12

பன்னிரண்டு

on iki

13

பதின்மூன்று

on üç

14

பதினான்கு

on dört

15

பதினைந்து

on beş

16

பதினாறு

on altı

17

பதினேழு

on yedi

18

பதினெட்டு

on sekiz

19

பத்தொன்பது

on dokuz

20

இருபது

yirmi

100

நூறு

yüz

1.000

ஆயிரம்

bin

1.000.000

மில்லியன்

milyon

மொழிகள்

diller

ஆங்கிலம்

İngilizce

அமெரிக்க ஆங்கிலம்

Amerikan İngilizcesi

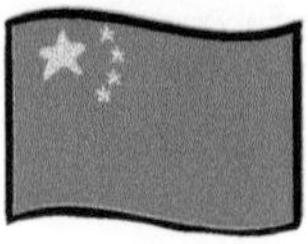

சீன மாண்டரின்

Çince (Mandarin)

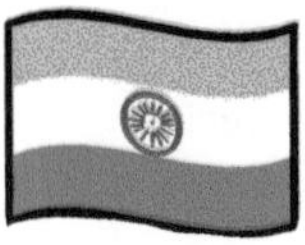

ஹிந்தி

Hintçe

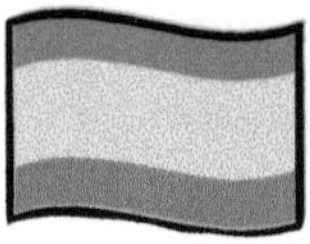

ஸ்பானிஷ்

İspanyolca

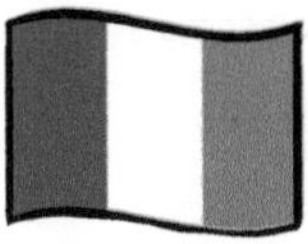

பிரெஞ்சு

Fransızca

அரேபியம்

Arapça

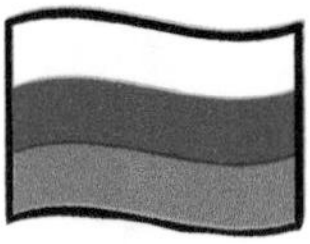

ரஷியம்

Rusça

போர்த்துகீசியம்

Portekizce

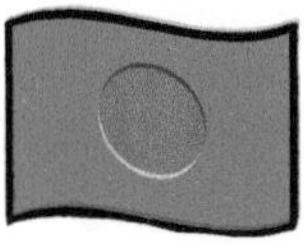

வங்காளம்

Bengalce

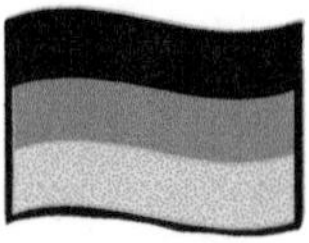

ஜெர்மன்

Almanca

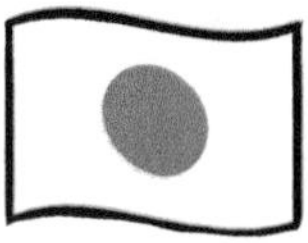

ஜேப்பனீஸ்

Japonca

யார் / என்ன / எப்படி

kim / ne / nasıl

நான்

ben

நீங்கள்

sen

அவன் / அவள் / அது

o

எங்களைப் பற்றி

biz

நீங்கள்

siz

அவர்கள்

onlar

யார்?

kim?

என்ன?

ne?

எப்படி?

nasıl?

எங்கே?

nerede?

எப்பொழுது?

ne zaman?

பெயர்

isim

எங்கு

nerede

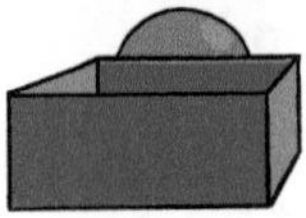

பின்னால்

arkasında

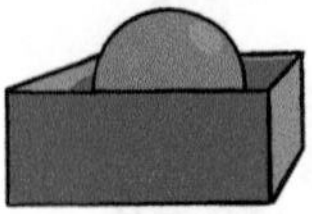

உள்ளே

içinde

முன் பக்கம்

önünde

மலே

üzerinde

மீது

üstünde

கீழ்

altında

அருகில்

yanında

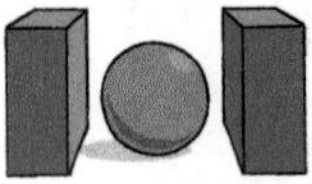

இடையே

arasında

இடம்

yer